மனம் உண்டு என்றாலே சொர்க்கத்தில் இடம் உண்டு

AF759009

Published By

Manam Undu Endraley Sorgathil Idam Undu

Written By Priyadharshini Anandan

Published by : Poetry World Org.

Publisher's Address : Haryana

All rights are reserved. No part of this publication may be reproduced, stored in a retrieval system, or transmitted, in any form or by any means, electronic, mechanical, photocopying, recording or otherwise, without the prior written permission of the publisher. The author asserts the moral right to be identified as the author of this work. Special credits to Dr.Kayalvizhi Durai BDS, Dr.Niveditha and Dr.Nitin Chopra.

Edition : I (2021)

ISBN (Paperback) - 9789390724765

Book Design by POETRY WORLD

Copyright © Priyadharshini Anandan

POETRY WORLD ORG 2021

மனம் உண்டு என்றாலே சொர்க்கத்தில் இடம் உண்டு

அபி
(பிரியதர்ஷினி)

அணிந்துரை

எழுத்தாளர் பெயர் பிரியதர்ஷினி, புனை பெயர் அபி, சென்னையை சேர்ந்தவர். அவர் தனது வானூர்தி பொறியியல் பட்ட படிப்பு முடித்து ஒரு விண்வெளி உதிரிபாகங்கள் உற்பத்தி நிறுவனத்தில் பொறியாளர் ஆகப் பணிபுரிபவர். தமிழ் மீது தீராத் தாகம் கொண்டவர். இவர் வளர்ந்து வரும் எழுத்தாளர், சொல்லப் படாத வலிகள் எழுத்துக்கள் வடிவில் கூறப்படும் மற்றும் அது மாற்றங்களை கொண்டுவரும் என்று நம்புகிறவர்.

முன்னுரை

அன்பு, பாசம், கோபம், துக்கம், ஆசை, பொறாமை, விரக்தி, அமைதி, பயம், எதிர்பார்ப்பு, ஏமாற்றம், இரக்கம், வெட்கம், பரிவு, காதல், எரிச்சல், சலிப்பு, குற்றுணர்வு, மனவுளைச்சல், ஈர்ப்பு, பெருமை, உணர்வின்மை, நம்பிக்கை, மனக்கலக்கம், தவிப்பு, பற்று, நம்பிக்கையின்மை, சோம்பல், அதிர்ச்சி, மனநிறைவு, திருப்தி, தனிமை, அவாவலி, அலட்சியம், பீதி, வஞ்சம், ஆணவம் இவை அனைத்தும் கடந்து நல் - "மனம் உண்டு என்றாலே சொர்க்கதில் இடம் உண்டு" என்று உணர்த்தும் புத்தகம் இது.

பெண், பேதை, பெதும்பை, மங்கை, மடந்தை, அரிவை, தெரிவை, பேரிளம் பெண், பறம்பி, பாவை, பூவை, பெட்டை, மூளி, அவ்வை, ஆட்டி, மூதாட்டி, சீமாட்டி, தம்புராட்டி, பிராட்டி, காரிகை, நவசாரிகை, நவோடை, சிறுமி, கன்னி, மாது, அணங்கு, பதுமை, கிழத்தி, மகளிர், மாதர், தாரம், அம்மா, தாரகை, முடத்தி, குறத்தி, அழகி, மடவோள், இல்லாள், யுவதி, ஏந்திளை, இளைஞி, கைம்பெண், நங்கை, திருநங்கை, ஆகிய இவர்களுக்கும், இவர்களை மதிப்பவர்களுக்கும்.

நன்றி

தாய்த் தமிழிற்க்கு,

வாசகர்களுக்கு,

அன்புமிக்க உறவுகள் மற்றும் நண்பர்களுக்கும்.

உள்ளடக்கம்

நினா

தேதி: 30-05-2020

இன்று நினாவின் நான்காவது பிறந்த நாள், நினாவை நான் பார்த்த முதல் நாள் இன்று தான். நான்கு வருடம் எப்படிச் சென்று விட்டது சற்றென்று நினாவுடன்!

நினா என் வாழ்வில் வந்த நாள் முதல், இன்று வரை நினா தான் என் வாழ்வின் அர்த்தம். நான் வாழும் காரணம். எனக்கு எதுவும் இல்லை என்று நினைத்த பொழுதுகளில் எனக்காக நீ வேண்டும் என்று எப்பொழுதும் என்னை வாழச் செய்வது நினாவின் மழலைச் சிரிப்பு. இவளை கடந்து யோசிக்க எதுவும் இல்லை. இவளை தவிர என் வாழ்வில் யோசிக்க ஒன்றும் இல்லை.

நான் என் வாழ்வில் தொலைத்த அத்தனை சந்தோசங்களையும் எனக்கு மீட்டுத் தந்தவள் என் நினா!

இவள் சிரிப்பினை காணும் நொடிகள் நீளாதோ! என மெய் மறந்து சென்ற காலங்களும் உண்டு.

நான் தனிமையில் இருண்ட பொழுது எனக்கு ஒளியாக இருந்தாள். நான் வாழ்வில் தோல்விகள் கண்ட நேரங்களில் பொன் பதாகை போலக் காட்சி தந்தாய். கண்ணீரில் நான் மூழ்கிய பொழுது உன் மழலை சிரிப்பினை தந்து என்னை கரை சேர்த்தாய்.

நான் நம்பிக்கை இன்றி விழுந்த பொழுது உன் தவழல் கண்டு எழச் செய்தாய். இந்த நாளை எப்படி நான் மறக்க இயலும்! மித்ரா என்னும் நான் நினாவின் தாய் ஆன நாள்.

அகரன் அகர முதல்வன், என் உயிர் காதலன் என் சரி பாதி. ஒரு பெண்ணின் கனவை எவன் ஒருவன் தான் கண்ட கனவு போல எண்ணி அவள் கனவினை வெற்றி அடைய வைக்கிறானோ அவனே சிறந்த ஆண் மகன். ஆம் அகரன் அவர்களை போன்ற ஒருவன் என் தலைவன். இப்படி ஒரு துணையை நான் ஏற்காமல் சென்றால் என் வாழ்நாளின் நான் செய்த மிக பெரிய பிழை ஆகும். ஆதலால் தான் கூட்டை விட்டு வெளியேறும் பறவை போல பறந்து விட்டேன் என் கூட்டை விட்டு.

என் அகரன் கரம் பிடிக்க என் பெற்றோர் சொல்லை மீறி வீட்டைவிட்டு வெளியேறி என் பிறப்பிடம் மாறி, என்னவனுக்காக அவன் கரம் பிடிக்கும் கனவோடு வந்து இறங்கினேன், அவன் இருப்பிடம் தேடி.

தேதி: 28-05-2016

சிங்கார சென்னையில் எழும்பூர் இரயில் நிலையத்தில் நின்றேன். என் கண் அவன் என் கணவன் ஆவான் என்ற எண்ணத்தில். அகரன் காதல் என்றால் என்ன என என்னை உணரச் செய்தவன், எதையும் எதிர்பாரத அன்பு நிரந்தரம் என்று உணர வைத்தவன், என்னுள்ளே கலந்தவன். மித்ரா தேவன் என்னும் நான் 'மித்ரா அகரமுதல்வன்' ஆக விரும்பி

தஞ்சையிலிருந்து சிங்கார சென்னையில் உனக்காக, என் அகரனுக்காக வந்து நிற்கின்றேன்.

நேரம் மாலை **6-00** மணி,

அகரனை எழும்பூர் இரயில் நிலையத்தில் கண்டேன். கலங்கிய நிலையில் நான். என்னை கண்டதும் கட்டி அணைத்தான் அகரன். இனி நான் இருக்கின்றேன், கவலை கொள்ள வேண்டாம் என்று என்னை அகரன் வீட்டிற்க்கு கூட்டிச் சென்றான். அவன் பெற்றோரை கண்டு மகிழ்ந்தேன்.

அகரன் தாய் என்னை வா என்று அழைத்தார் உள்ளெ சென்றதும் எனக்குத் தண்ணீர் கொடுத்து உபசரித்தார். அகரன் என்னைப் பற்றிப் பேசத் துவங்கினான். "அம்மா மித்ராவும் நானும் விரும்புகிறோம், இருவரும் திருமணம் முடிக்க விரும்புகிறோம், மித்ராவின் பெற்றோர் எங்கள் முடிவினை ஏற்க்கவில்லை. நீங்களெனும் எங்களைப் புரிந்து கொண்டு ஏற்று கொள்ளுங்கள்," என்று அகரன் கூறினான்.

அகரனின் தாய் என்னிடம் "மித்ரா திருமணம் என்பது பெற்றோர் விருப்பம் மற்றும் உற்றார் உறவினர் சூழ நிகழும் ஒரு முக்கிய நிகழ்வு, என் மகன் என் விருப்பத்தின் படி நிகழ வேண்டும் அவன் விருப்பம் போல அல்ல. அப்படி நேர்ந்தால் நான் என்னை மாய்த்து கொள்ள கூடத் தயங்க மாட்டேன், ஏனென்றால் ஏதைவிடவும் எங்கள் கெளரவம் தான் எங்களுக்கு முக்கியம்" என்று கூறினார். அகரன் அதிர்ச்சி அடைந்தான்.

நான் புரிந்து கொண்டேன், இவரும் எங்களை புரிந்து கொள்ளவில்லை என்று. என்னால் அகரன் வீட்டில் குழப்பம் வேண்டாம் என்று எண்ணினேன். 'எனக்குத் தான் என் பெற்றோர் இல்லை, நீயேனும் உன் குடும்பத்துடன் மகிழ்ச்சியாய் இரு அகரன்'. என்று கூறிவிட்டு விடைபெற்றேன். இருவர் இதயமும் நெகிழி ஆக, நகர்ந்துவிட்டேன் நான் அகரன் வீட்டை விட்டு.

தேதி: **30-05-2016**
நேரம் மதியம் **1:30** மணி,

நுங்கம்பாக்கம் செம்மொழி பூங்காவில் நான் தனியே அமர்ந்து கொண்டிருந்தேன். அகரன் எனக்கு இனி இல்லை, வாழ்க்கையில் தோற்று விட்டேன் என்ற எண்ணத்தில் அழுது கரையும் நேரத்தில் என் அழுகையைத் தாண்டி எனக்கு ஒரு அழு குரல் கேட்கிறது.

தேடினேன் அதோ அந்த சத்தம் அந்த புல் புதர் பக்கம் இருந்து கேட்கிறது. கண்ணீர் நிறைந்த என் கண்கள் அங்குப் பார்த்தது 'ஒரு பச்சிளம் குழந்தையை', கலங்கிய கண்களில் குவியம் இல்லாமல் நான் பார்த்தது, ஆம்! ஒரு பெண் குழந்தை.

கண்களைத் திறந்துப் பார்த்தேன் தோன்றினால் ஒரு தேவதை. என் கைகைளில் அவளை ஏந்தினேன், கண்டேன் அவள் புன்முறுவலை, மழலை அவள் சிரிப்பில் மயங்கி போனேன். மாலை **7-00** வரை காத்திருந்தேன், அவளை என் மடியில் போட்டுத் தாலாட்டி உறங்க வைத்தேன். அவளைத் தேடி யாரும்

வரவில்லை. தெரிந்துக் கொண்டேன் என்னைப் போன்று அவளும் நிராகரிக்கப்பட்டவள் என்று.

என் பெற்றோர் நிராகரித்தார்கள் என் காதல் கண்டு, அகரன் பெற்றோர் நிராகரித்தார்கள் என் சாதி, மதம், குடும்பம் கண்டு, உன்னை ஏன் நிராகரித்தார்கள் நீ பெண் குழந்தை என்றோ?

ஆனால், அப்போது தான் நான் உன்னைக் கண்டேன் என் கனவாக. நான் காணாத கனவாக என் நினாவாக, துவங்கலாம் புதிய வாழ்வை! என்னை ஏற்றுக் கொள்ள யாரும் இல்லை!

நீயேனும் என்னை ஏற்றுக் கொள்வாயா? இனி நீ தான் எனக்கு, நான் தான் உனக்கு நினா, நான் மித்ரா தேவன் அல்ல, மித்ரா அகர முதல்வனும் அல்ல, நான் "மித்ரா", நினாவின் அம்மா!

நினா என் உலகம், நினா என் உயிர் நாடி அன்று முதல் இன்று வரை.

தேதி: 30-05-2020
மாலை **6-00** மணி,

'இனிய பிறந்தநாள் வாழ்த்துக்கள்', நினா! வாழ்க பல்லாண்டு வாழ்க! பிறந்தநாள் நாள் கொண்டாட்டம் இனிதாக நிறைவேறியது. அவள் மகிழ்ச்சி கண்ட நெகிழ்ச்சியில் நான் திழைத்துப் போனேன். இரவு நேரம் ஆகிவிட்டது, உறங்கிய என் தேவதை, அவள் கைகளை பற்றி கொண்டேன். தேவதை கதைகள் கேட்டிருக்கிறேன் சிறு வயதிலே, அதில் தேவதை வந்து வரம் தருவதை படித்திருக்கிறேன்.

அந்த தேவதையே வரம் போல வந்தவள் தான் நீ எனக்கு. என்றைக்கும் உன் கனவுகளை நீ எட்டி பறிக்க உன்னோடு உனக்காக இந்த அம்மா இருப்பேன் என்று என் தேவதையை தழுவி அணைத்து உறங்கத் துவங்கினேன்.

"ஒருவர் நிராகரித்த நீ, வேறு ஒருவருக்கு வாழ்வின் அர்த்தமாக இருக்கலாம்".

போர்க்களத்தில் பிறந்துவிட்டோம்

என் பெயர் அதித்தி, இந்த நாள் வாழ்வில் மிகவும் முக்கியமான நாள். என் வீட்டில் என் உற்றார் உறவினர்கள் அனைவரும் கூடி இருக்கின்றர்.இது போன்ற நாட்களில் தான் நம்மவர்களின் வருகை இருக்கின்றது. என்னவர்கள் அனைவரையும் கண்ட மகிழ்ச்சியில் ஆழ்ந்து போகின்றேன். இதோ என் நண்பர்கள் கூட வந்து விட்டார்கள், எனக்காக என்னைக் காண.

நானோ ஆச்சர்யத்தில் திகைத்துப் போகிறேன் அனைவரின் வருகையை கண்டு. யோசித்து பார்த்தது இல்லை இத்தனை நபர்கள் எனக்காக இருக்கின்றனர் என. இந்த சிறந்த நாளில் என் வீட்டினை அலங்கரிக்க ஒரு புறம் இசையும் மறு புறம் பூக்களின் மணமும் சூழ வீட்டின் நடுவில் நான் மட்டும் அமைதியில் இருக்கின்றேன். மாலைகள் சூட, இளவரசி போல தான் இருக்கிறேன்!

என் அன்பாளர்கள் அனைவரின் கண்களில் கண்ணீரினை காண்கின்றேன். இவர்களின் கண்ணீரின் காரணம் அவர்கள் என்னை மீண்டும் எப்படி காண இயலும் என்னும் வருத்தத்தில். ஆனால் நானோ மகிழ்ச்சியில்! மக்கள் அனைவரும் மரணம் பற்றி கூறிய கட்டுகதைகளில் இருக்கும் உண்மையை நான் இன்று காண்கிறேன், அதனை உணருகிறேன்.

ஆம் மரணம் என்பது நம் உடலுக்கு மட்டுமே!

நம் உயிர்க்கு இல்லை என்பதனை உணர்கிறேன். ஆனந்தத்தில் விடைபெறுகிறேன் விடுதலை பெற்று விட்டேன். என் சாதி, என் இனம், என் மதம், என் ஊரு, என் மக்கள், என்ற இந்த விதிகளை வைத்து வாழும் கட்டமைப்புகளை விட்டுச் செல்கிறேன்.

இப்படி "என்" என்று நாம் கூறும் அனைத்தும் "நமது அல்ல" என்ற உண்மையை உணருகிறேன். ஆம், கௌரவம், சாதி, மதம் என்ற அடையாளம்தான் என்று நம்பி இருக்கும் மக்கள் மத்தியில் இருந்து "விடுதலை" பெற்றுவிட்டேன்.

என் மக்கள் தன் கௌரவம் காக்க தந்த பரிசு என் மரணம்!

அதோ அங்கே யாரோ பேசி கொண்டிருக்கிறது கேட்கிறேன், "எவ்வளவு துணிச்சல் நம் வீட்டுப் பிள்ளையை மணம்முடிக்க, என்ன தகுதி இருக்கின்றது அவனுக்கு, சாதி பாகுபாடு பார்க்காமல் வீட்டிற்குள்விட்டது நாம் செய்த தவறு, யார்யாரை எங்கே வைக்க வேண்டுமோ அங்கேயே வைத்திருக்க வேண்டும்!"

இவ்வளவு நேரம் இவர்கள் பேசி இருப்பது என் தோழி இசையை பற்றி தான்.

இசைவாணி என் ஆருயிர் தோழி, பள்ளி பருவம் தொட்டு இன்று வரை. குணத்தில் சிறந்தவள், அறிவு நேர்தியானவள், இசை என் தோழி என்று நான் பெருமை கொள்ளாத நாளே இல்லை. அனைவரும் பாராட்டும் விதத்தில் இருக்கும் அவளின் செயல்கள்.

இசை பெரியாரையும், பாரதியையும் படித்தவள், "சாதிகள் இல்லையடி பாப்பா" என்று நாங்கள் படித்ததை அவள் வாழ்வின் நெறிப் போல பழகியவள். அவளுக்கு நிகர் ஒரு பெண்ணை காணவே

இயலாது. இசை எங்கள் குடும்பத்தில் ஒருத்தியாகவே மாறிவிட்டாள்.

எல்லாம் நன்றாக சென்றுக் கொண்டிருந்த தருணத்தில், ஒரு நாள் இசை முக்கியமான தகவல் ஒன்றினை என்னிடம் தனியாக பேச வேண்டும் என்று கேட்டிருந்தாள். நானும் அடுத்த நாள் அவளை காண அவள் பணிபுரியும் அலுவலகம் முன் அவளுக்காக காத்திருந்தேன்.

அகிலன் என் மூத்த சகோதரன், அவனையும் அங்கு கண்டேன், இருவரும் என்னிடம் வந்தனர். இவர்கள் அங்கு எனக்கு சொன்ன செய்தி என்னை மிகுந்த அதிர்ச்சியில் ஆழ செய்தது. அகிலன் என்னிடம் கூறினான், 'அவனும் இசையும் தங்கள் கல்லூரி பருவத்தில் இருந்தே காதலில் இருப்பதாகவும் இப்பொழுது இருவரும் திருமணம் செய்யும் யோசனையில் இருப்பதாகவும்'.

என் செய்வது என்று தெரியாமல் நான் அதிர்ச்சியில் நிறைந்து நின்றேன். இருவரையும் வாழ்த்தினேன். வீட்டில் பேசி ஒரு நல்ல நாள் பார்த்து திருமண வேலைகளை துவங்கலாம் என்று இருவரிடமும் கூறிவிட்டு அனைவரும் வீடு திரும்பினோம்.

அன்று இரவே அகிலனை நான் வீட்டில் அனைவரும் இருக்கிறார்கள் இப்பொழுது தான் சரியான தருணம் உங்கள் திருமணம் பற்றி பேசலாம் என்று கூறினேன்.

அன்று இரவு உணவு அருந்தி விட்டு அனைவரும் அமர்ந்து இருக்கும் சமயத்தில் அகிலன் பேச துவங்கினான். இவர்களின் காதல் மற்றும்

திருமணம் செய்தி கேட்டதும் அனைவரும் கோபமுற்றனர்!

அகிலனின் கருத்துக்களையும் விருப்பத்தினையும் ஏற்றுக் கொள்ளவில்லை. வேற்று சாதி பெண்ணை மனம் முடிக்கவிட இயலாது என்று தங்கள் எதிர்ப்பினை கடினமாக காட்டினர்! வீட்டில் ஒரு பெரிய பிரளயமே வெடித்தது போல ஒரு சூழ்நிலை.

நானும் அகிலனும் புரிந்து கொண்டோம் இவர்கள் இசையை ஏற்றுக்கொள்ள மாட்டார்கள் என்று! அகிலன் தான் எடுத்த முடிவில் மிகவும் உறுதியாக இருந்தான். என்ன நேர்ந்தாலும் ‘இசையை கை பிடிப்பேன்’ என்று தீர்மானம் செய்தான். நானும் உதவினேன் அவர்களுக்கு.

அகிலன், இசைவாணி திருமணம் நண்பர்கள் சூழ சூரியன் சாட்சியாக எங்கள் கல்லூரியில் யாருக்கும் தெரியாமல் இனிதே நிறைவேறியது. அவர்களை ரயில் ஏற்றி விட்டு வீடு திரும்பினேன், வீட்டார் என் மேல் கடுமையான கோபத்தில் இருந்தனர். சாதி என்ற அடையாளத்தின் ஆணவத்தில் எனக்கு என் வீட்டார் தந்த பரிசு என் மரணம்!

இசையும், அகிலனும் நலமுடன் இருக்க விரும்புகிறேன். இவர்களிடம் இருந்து அகிலன் மற்றும் இசையை யார் காப்பாற்ற போகிறார் என்று தெரியவில்லை. அவர்கள் நல்ல மனம் போல அவர்களுக்கு நல்லது நடக்கும் என்று வேண்டிக்கொள்கிறேன்.

இவ்வாறு நடைபெறும் ஆணவ கொலைகள் எப்போது முடிவுக்கு வரும் என்று அந்த படைத்தவன் கூட அறிய வாய்ப்பு இல்லை!

நான் மரித்தப் பின்னர் என் உடலைக் கண்டு என் உடல் என்று உரிமை கூட கொண்டாட முடியவில்லை. அடையாளங்கள் வைத்து என்ன பலன்?

இந்த உயிர் உலகில் தோன்றும் பொழுது அது ஒரு உயிர், ஆனால் அது ஒரு உடலை சேரும் போது சாதி, மதம், இனம் என்று பல கூறுகளை ஏற்றுக் கொள்கிறது. இன்று உயிர் பிரியும் நேரத்தில் இந்த அத்தனை கூறுகளையும் களைந்து உண்மையான மனிதனாக மாறி விடுதலை பெற்ற இந்த நாளை நான் எப்படி மறவேன்!

மீண்டும் பிறக்க முயற்சிக்க மாட்டேன்! முயற்சித்தால் வேறுபாடுகள் இல்லாத உலகில் பிறப்பெடுக்க விரும்புகிறேன்!

உடலுக்கு உயிரும், உயிருக்கு உடலும் எதுவும் நமக்கு சொந்தம் இல்லா இவ்வுலகில் வேறுபாடுகள் காட்டும் அடையாளத்தை வைத்து என்ன செய்ய போகிறோம்? மனிதத்தை வளர்ப்போம் மனிதனாய் இருப்போம்.

இட ஒதுக்கீடு சட்டத்தை மாற்ற கருத்து கூறும் மக்களுக்கு இன்னும் ஏனோ சாதி கலப்பு திருமணத்தில் ஈடுபாடு இல்லாமல் சென்றுவிட்டது. இதிலே தெரியவேண்டாமா, ஏன் இன்னும் இட ஒதுக்கீடு திட்டம் இருக்கிறது என்று!

மாற்றங்கள் வேண்டும் என்று எதிர்பார்க்கும் மானுடனுக்கு ஏனோ மாற்றம் நம்மிலிருந்து துடங்குகிறது என்று புரியவில்லை.

மாறத் தயார் ஆகுவோம்! மாற்றங்கள் நம்மை சேரும். நம்மில் இருந்து வரும் மாற்றங்கள் வரலாறு ஆகும் வாய்ப்புகளும் உண்டு!

கயல்விழி

ஒரு காலைப் பொழுது எந்த எதிர்பார்ப்புமின்றி துவங்கியது.என் இரு சக்கர வாகனத்தை எடுத்துக் கொண்டு அலுவலகத்திர்க்கு விறைந்தென். அலுவலகதில் சகாக்களுக்கு என் காலை வணக்கத்தைத் தெரிவித்தேன். என் வேலையைத் துவங்கினென்.

என் மேலாளர் என்னை அழைத்தார் நானும் அவரின் அறைக்குச் சென்றேன் நேற்று நான் ஒப்படைத்த ஆவணத்தை அவர் கையில் கண்டேன். "என்ன மா இது உங்க கிட்ட ஒரு பொறுப்பான வேலைய கொடுத்தா இப்படியா செய்விங்க, நீங்களா வேளைக்கு வரலன்னு யாரு அழுதா. இப்படி வேலை செய்யணும் யாரு அழுதா. எல்லாம் தப்பு. உங்கள நம்பினதுக்கு நல்லா பலன் காட்டியிட்டிங்க," என்று கோபமுடன் பேசினார்.

“ஐயோ இல்லை என் சிறிய அலட்சியத்தில் தவறு நேர்ந்து இருக்கும் மீட்டும் துலியமாக செய்து தருகிறேன்,” என்று கூறினேன். என் மேஜை முன் வந்து அமர்ந்தேன்.

என் அலைபேசியில் தவறவிட்ட அழைப்புகள் மற்றும் குறுஞ்செய்திகள் இருந்தது. அப்போது தான் நினைவுக்கு வந்தது என்னைப் பெண் பார்க்க ஒரு நபர் இன்று வருகிறார் என்று.

அவரைக் காண என் மேலாளரிடம் சிறு திட்டும் கூடிய அனுமதியும் பெற்று, என் இரு சக்கர வாகனத்தை எடுத்து விரைந்தேன்.

செல்லும் வழியில் அலைபேசி அழைப்பு ஒன்று வந்தது. வாகனத்தைச் சாலை ஓரம் நிறுத்திவிட்டு அழைப்புக்குப் பதில் அளித்தேன். என்னைக் காண வரும் நபர் வரவில்லை என்ற செய்தி எனக்குக் கிடைத்தது.

சிறிய மன கசப்பு, வீட்டிற்கு செல்லலாம் என்றால் பெற்றோர் கவலை கொள்ளவார்கள் என வருந்துகிறேன். அப்படியே என் இரு சக்கர வாகனத்தை எடுத்துக் கொண்டு கொஞ்சம் தூரம் சென்றேன். குறிப்பிட்ட நோக்கமின்றி ஏதோ ஒரு சிற்றுண்டி கடைக்குச் சென்று அமர்ந்தேன்.

அங்கு மேஜையில் உள்ள கொப்பரையில் இருந்த தண்ணீரை அருந்தி விட்டு, ஒரு குழம்பி ஒன்று அமைவி செய்தேன்.

மன குழப்பங்கள் நிறைந்த நிலையில் நான் வாழ்வை பற்றி யோசித்து கொண்டு வருத்தத்தில் இருந்தேன். சற்று மன சோர்வுடன் தான் என் குழம்பி காகக் காத்து இருந்தேன். அச்சமயம், என் மேஜையில் மலர் குவளை அருகே ஒரு புத்தகம் இருந்தது. "கயல்விழி காதலன் - கதிரவன்." அப்புத்தகத்தை எடுத்துப் படிக்கத் துவங்கினேன், முதல் பக்கம் கதை துவங்கியது.

"ஒரு இரவின் நிசப்தம் ஒரு பகலின் ஆர்பரிப்பே, நம் வாழ்வின் உந்துதல், வலிகளின் வழியே. ஆணின் மனதை உருகியவள் காதலி. உருகிய பின்னும் நேசிக்கும் மனமே காதல். ஒரு ஐந்து

நிமிடம் சற்றென்று ஓயாமல் அடித்து ஓய்ந்த மழையின் மின்னல் போல என்னைத் தாக்கிவிட்டாள்.

ஒரு நாள் தினமும் ஒவ்வொருவருக்கும் ஒரு புதிய பரிசு. ஒவ்வொரு நாளும் காலையில் நாம் மகிழ்ச்சியுடன் துவங்குகிறோம் ஏனென்றால் ஒரு புதிய நாள் ஒரு நம்பிக்கையை தருகின்றது. சில நாட்கள் சிறப்பாக இருக்கிறது சில நாட்கள் அது மாறுபடும். ஒவ்வொரு நாளும் ஒவ்வொரு நொடியும் ஒரு புதிய அனுபவத்தை நம்முள் புகுத்தி செல்கிறது.

இன்று என்பது நிலையானது இல்லை, நாளை நமக்கு உத்தரவாதம் அளிக்கப்படாத உலகில் நாம் வாழ்கிறோம். கடந்த காலம் மட்டும் நிலையானதாக இருக்கின்றது. கடந்த கால நினைவுகள் மற்றும் அது கற்று தந்த பாடங்களுடன் தான் வாழ்வு அமைகிறது.

அப்படி ஒரு அருமையான நாள் தான் இன்று, இந்த நாள் என் தேன் நினைவுகளாக இருக்கும். இந்த நாளின் பக்கம் என் நாட்குறிப்பில் மிகவும் சிறந்த ஒன்றாகும். ஏனென்றால் இன்று நான் அனுபவித்தவை மிகவும் வித்தியாசமானது என்று நம்புகிறேன். நிஜத்தில் ஒரு கனவு, அங்கனமே அரங்கேறியது ஒரு ஓரங்க நாடகம், எனக்கும் என்னை சுற்றியும்.

என் நாள் துவங்கத் தொடங்கியது என் ஒலிக்கடிகை ஒலித்ததும் விழித்தேன், நான் என் மெது ஓட்டம் துடங்க என்னை தயார் செய்து கொண்டேன். காலையில் கடற்கரை சாலையில் ஒரு மெது ஓட்டமும் சிறிதளவு உடற்பயிற்சியும் ஒரு உற்சாகத்தை தரும். அப்படியே அந்த உற்சாகத்தில் ஓடிக் கொண்டிருக்கும் நேரம் நான் ஒரு சிற்றுண்டி கடையை கடக்கும் போது கனமான காற்று என்னைக் கடந்து சென்றதை உணர்ந்தேன்.

அப்போது தான் அவளது கைகள் எனக்கு தெரிந்தது, கைகளில் பளீர் என்று பளிச்சிடும் வளையல், அவள் கை அசைவில் மின்னும் வெள்ளி மற்றும் நீல வளையல்கள் என்முன் மின்மினி போல தோன்றியது. என் கவனம் முழுவதும் அவளை நோக்கி சென்றது, யார் அவள்? காற்றில் கை அசைவினையில் ஓவியம் தீட்டுகிறாள்! என்று என்னை கேட்டுக் கொண்டேன்.

என் ஓட்டத்தின் வேகம் குறைந்தது நான் அவளை நெருங்குகிறேன். அத்தருணம் என் செவிப்பேசி கீழே விழுந்தது. என் கண்களோ அவள் கைகளை பார்த்தபடி, என் கைகளோ கீழே விழுந்த என் செவிப்பேசியை தேடுகின்றன!

என் சொல் கேட்காத என் கண்களை என் தேடலில் கொண்டு வந்து என் கைகளில் செவிப்பேசியை பற்றி கொண்டேன். அச்சமயம் பளிங்கு தரையில் உராயும் சேலை முந்தி, இலையோடு உருளும் நீர்த்துளி போல பார்க்கிறேன்.

அவளுடைய சேலை மடிப்புகளோ நீண்ட மூங்கில் மரங்களாக தோன்றின. மெதுவாக என் கண்கள் அவள் முகத்தைப் பார்க்க முயற்சிக்கின்றன! நான் அவளை பார்த்தப்படி நின்றேன்,

அவளும் என்னை திரும்பி கண்ணாடி மதில் வழியாக என் கண்களைப் பார்த்தாள். அந்த ஒரு நிமிடம் நான் உறைந்தது போல உணர்ந்தேன். சிலிர்த்துப் போனேன் அத்தருணம். "என் தாய் என்னை உச்சி நுகர்ந்த பொழுது புல்லரித்து போனது போல உணர்ந்தேன், அவளது முகத்தில் உள்ள

வடுக்கள் அமில வீச்சின் வரலாற்றினை விலக்கிய தருணத்தில்".

அவள் கண்ணோடு என் நெஞ்சம் உறவாடும் வேளையில், என் மனமோ திரிசங்கு சொர்க்கத்தில். அங்கே அவள் மேஜையில் இருந்த நாட்குறிப்பில் "கயல்விழி" என்ற பெயரில் கையெழுத்திட்டதை நான் கண்டேன். ஏதோ கனவுநிலை போல இருக்கும் இந்நிலை மாறி இயல்பு நிலை திரும்ப, கண்கள் மூடி பெருமூச்சு விட்டபடி கண்களை திறந்தேன், இல்லை அவள் அங்கே.

அவள் எங்கு சென்றாள் என்பது எனக்கு தெரியவில்லை, அவளை தேடினேன் ஆனால் அகப்படவில்லை, நானும் வீடு திரும்பினேன்.

அவள் என் நாளை மிகவும் தனித்துவமாக்கினாள், சிறப்பாக்கினாள், நிஜத்தினில் ஒரு கனவு போல ஓரங்க நாடகம் காட்டினாள். இனி இங்கனம் ஒன்று மீண்டும் நேருமோ என்று தெரியவில்லை. இத்தகைய ஒரு உணர்வை மீண்டும் உணர்வேனோ என்பதும் புதிர் தான்.

இந்த நிலை தந்த தாக்கதில் இருந்து எப்படி மீள்வேனோ என்று அறியவில்லை! இன்னொரு முறை கயல்விழி என்று கேட்டால் இந்த தருணம் தான் என் நினைவில் வரும்.

மீண்டும் அமில தாக்குதலால் பாதிக்கப்பட்ட ஒரு பெண்ணை கண்டால் கயல்விழியும் அவள் தந்த இந்த உணர்வும் தான் என் எண்ண ஓட்டத்தில் ஓடும்! இந்த நாளினை நினைவில் நீங்காத நாளாக மாற்றித் தந்த கயல்விழி அழகியல் சேர்ந்த அற்புதமாகவும்,

தீராத இன்பத்துப் பாலாகவும் நீங்காமல் என் நினைவில் இருப்பாள்.

மீண்டும் அவளை காணும் வரம் கிடைக்கும் என்று அவளை தேடி, தேடி திரிந்தேன் எங்கும் அகபடவில்லை. எத்தனையோ முறை நான் அவளைக் கண்ட அந்தச் சிற்றுண்டி சாலை சென்று தேடினேன் ஆனால் அவள் அங்கு வரவே இல்லை. எங்குக் கயல்விழி, என்று கேட்டாலும் அவளைத் தேடினேன், கயல் என்ற பெயர் கொண்ட யாரை கண்டாலும் அவளையே தேடினேன்.

காதல் முடிவிலியின் எல்லையோ என்று எனக்கு அறியாது, ஆனால் அவளே என் எல்லை என்று உணர்ந்தேன். கயல்விழி என்ற பெயரை இதயத்தில் உறைய செய்து, மறைந்து சென்ற அவளை நீங்கிட மனம் இல்லையே. மீண்டும் ஒரு முறை காண வேண்டும் என் காதலை உன்னிடம் மொழிய வேண்டும்.

ஒவ்வொரு நாளும் அவளை கண்ட காட்சியை நினைத்து அசை போட்டு கடக்கிறன்.

ஒரு மதில் இடைவெளி, காட்சி நூறு வருட நினைவாக மாற்றிய என் கயல்விழியை எங்கனம் மறவேன். காத்திருப்புகள் அத்தனையும் உன்னையே சேரும் என்றால் காத்திருப்பேன் என் எல்லையே.

உன்னைத் தேடியதில் என்னுள் இருந்த எழுத்தாளனை கண்டேன். இந்த எழுத்துக்கள் உன்னைச் சேரும் ஒரு நாள் என்று நம்பிக்கையில் நான் கயல்விழிக் காதலன்."

கதை முடியும் தருணம் என் குழம்பி என் மேஜைக்கு வந்தது, என் கண்களில் கண்ணீர் துளிகள் புத்தகத்தில் விழ இருக்கும் அச்சமயத்தில் என்

கண்ணீற்கும் புத்தகத்திற்கும் இடையில் ஒரு கை, என் கண்ணீர் ஏந்திய கைகளில் பொறிக்க பட்ட பெயர் "கயல்விழி", தலை நிமிர்ந்து நோக்கினேன் அறிந்த கொண்டேன் கதிரவன் என்று அவர் என்னை அள்ளி அணைத்து உச்சி நுகர்ந்த தருணத்தில்.

புரிந்து கொண்டேன் ஒரு வருடம் முன் இதே இடத்தில் ஒரு மதில் இடையிலே பிறந்து பிரிந்த உறவின் எல்லையை. காலங்கள் கடந்து மாறாத வடுகளுக்கு கிடைத்த பதிலாக, காலங்கள்லால் மாற்ற இயலாத காதல் தெரிந்தது.

தாரகைத் திரு

என் பெயர் நன்மதி, நான் பிறப்பால் "திரு" பின் என் விருப்பத்தால் "தாரகை" ஆக மாறிவிட்டேன். இப்போது நான் உங்கள் அனைவருள் ஒருவர் ஆக முயர்ச்சி செய்கிறேன். சில ஆண்டுகளுக்கு முன்பு, ஒரு பொதுவான இந்திய மனப்பான்மை காரணத்திற்காக நான் எனது குடும்பத்தினரால் வீட்டிலிருந்து வெளியேற்றப்பட்டேன்.

அதன் பிறகு என் வாழ்க்கை பரிதாபகரமானது, நான் எழுந்த ஒவ்வொரு நாளும் நான் ஏன் எழுந்தேன் என்று வருந்தும் வகையில் துன்பங்கள் இருந்தது. ஒவ்வொரு நாளும் காலையில் எழுந்ததும், அந்த நாள் ஒரு ஏமாற்றமாக இருக்கும் என்று எனக்குத் தெரியும்! ஆனாலும் அந்த நாளை வலியோடு கடப்பேன்.

நான் அவமதிக்கப்பட்டேன், மோசமாக நடத்தப்பட்டேன். மக்கள் என்னை உபசரிக்கும் முறை கண்டு அதிர்ச்சியடைந்தேன்! நான் அப்படி என்ன செய்தேன்? ஏன் நான் மனிதர்களிடமிருந்து விலகிச் சென்றது போல் நடத்தப்பட்டேன்.

ஏன்! நான் திருநங்கை என்பதாலோ? என் வாழ்வில் அந்த தருணம் என்னுடன் என் நண்பர்களும், குடும்பத்தினரும் இல்லாத எனது வாழ்க்கையின் பாதையில் இருண்ட காலம் ஆனது. நான் மிகவும் சோர்ந்து போயிருந்தேன், என்னைப் பற்றிய அனைத்து விரோதங்களையும் நினைத்து முற்றிலுமாக உடைந்தேன்.

வேலைக்குச் செல்ல வழியின்றி யாரும் உடனின்றி தனித்து துன்பப்பட்டேன் சில திருநங்கைகள்போல ஆகிவிடுவேனோ எனப் பயந்தேன். ஒரு நாள், என்னுள் இருக்கும் எல்லா கோபங்களுடனும், மன கஷ்டங்களுடனும், யாரும் என்னை அவர்களில் ஒருவராக கருதாத இத்தகைய ஒரு வாழ்க்கையை எனக்கு ஏன் கொடுத்தாய்? என்று நான் என் வலிகளை கதறி அழுது கடவுளிடம் ஏன் என்னை படைத்தாய்? என்று கேட்டுக் கொண்டிருந்தேன். திருநங்கைகளாக இருப்பது அத்தகைய பாவம் என்றால், அவர் ஏன் என்னை உருவாக்கினார்? என்று கேட்டேன்.

எல்லாம் எண்ணி என் வாழ்க்கையை முடிவுக்குக் கொண்டுவருவதே ஒரே தீர்வாக என் முன் இருந்தது, இன்னும் என்ன எஞ்சியிருக்கிறது? விலைமதிப்பற்ற என் வாழ்க்கையை முடிவுக்குக் கொண்டுவருவதற்கு தைரியம் இல்லாத ஒரு குழப்பமான, உடைந்து போன ஒரு பிண்டம் ஆக கடவுளிடம் பல கேள்விகள் கேட்டபடி நின்றேன். கையில் ஒரு பல்லின் இதழ் கொண்டு என் நாடியை துண்டாக்க நின்றேன்.

அச்சமயம் தெளிவற்ற அந்த நேரத்தில், என் அறை எங்கும் ஒரு ஒளிரும் ஒளி. மந்திரக் கதைகளில் சொன்னது போல, ஒளிரும் ஒளியிலிருந்து வந்தது ஒரு சத்தம் “உனக்கு இப்பொழுது என்ன நேர்ந்தது என்று நீ இந்த முடிவிற்கு வந்தாய்?” என்று கேட்டது. என்னை சுற்றி என்ன நடக்கிறது என்று தெரியாமல் நான் உணர்ச்சியற்றவளாக இருந்தேன்.

என் வாழ்வில் சந்தோஷம் என்பதே இல்லை.நான் ஒரு திருநங்கை என்பதால், இந்த உலகம்

என்னை ஒருவராக ஏற்று கொள்ள வில்லை. ஆகையால் இத்தகைய ஒரு வாழ்வு எனக்கு வேண்டாம் என்று நான் இந்த முடிவிற்கு வந்தேன். "ஓ அப்படியா விஷயம், என்ன சந்தோஷங்கள் எல்லாம் வேண்டும்? என்று விரும்புகிறாய்" என்று அந்தக் குரல் கேட்டது.

ஏன் என்று நான் கேட்டேன்.

சரி, உனக்கு மூன்று வரங்கள் வழங்கப்பட்டால், அவை என்னவாக இருக்க வேண்டும் என்று விரும்புகிறாய்? அந்தக் குரல் கேட்டது.

மெதுவாக, நான் என் எண்ணங்கள் அனைத்தையும் சேகரித்து கேள்விக்கு பதிலளித்தேன். எனது மூன்று விருப்பங்களும்,

1. முதலாவதாக — திருநங்கைகள் மற்றவர்களிட-மிருந்து வித்தியாசமாக நடத்தப்படக் கூடாது என்று நான் விரும்புகிறேன், ஏனென்றால் நாங்களும் மனிதர்கள் தான் எங்களையும் மதித்தல் வேண்டும்.

2. இரண்டாவதாக - ஒரு பத்திரிகையாளராக எனது வாழ்க்கையில் சிறந்து விளங்க ஒரு வாய்ப்பைப் பெற விரும்புகிறேன், அது எனது கனவு.

3. மூன்றாவதாக - நான் நானாக இருப்பதர்காக என்னை எனது குடும்பத்தினர் ஏற்றுக் கொள்ள விரும்புகிறேன். திருநங்கைகளாக இருப்பதில் தவறில்லை என்பதால் எனது குடும்பத்தினர் ஒரு வருத்தமும் இல்லாமல் இருக்க வேண்டும்.

எனது பதிலுக்குப் பிறகு, ஒளிரும் ஒளி "உங்கள் விருப்பங்கள் நிறைவேறும்," ஆனால் நீங்கள் முன்னோக்கிச் செல்லத் துணிந்தால் மட்டுமே! என்று சொன்னதும் அந்த ஒளி மறைந்தது.

ஒரு கனவு போல் உணர்ந்தேன், நீண்ட காலத்திற்குப் பிறகு என் இதயம் மகிழ்ச்சியாக இருந்தது, ஆனால் முன்னோக்கிச் செல்வதில் என் தைரியத்தை சேகரிக்க முடியுமா என்று பயந்தேன்.

சில நாட்களுக்குப் பிறகு, எனது காலை காபியைப் பருகி கொண்டு செய்தித்தாள் படித்துக் கொண்டிருந்தேன். ஒரு பத்திரிக்கை நிறுவனத்தில் பத்திரிகையாளராக ஒரு வேலை வாய்ப்பு இருப்பதாகக் கூறும் விளம்பரத்தைப் பார்த்தேன். மேலும் தாமதம் இல்லாமல், அதற்கும் விண்ணப்பித்தேன்.

3 நாட்களுக்குப் பிறகு, நான் நேர்காணலுக்கு அழைக்கப்பட்டேன், ஆச்சரியப்படும் விதமாக எனக்கு ஒரு நல்ல சம்பளத்துடன் வேலை வழங்கப்பட்டது.

வேலை சீராக நடந்து கொண்டிருந்தது, ஆனால் என் சகாக்கள் என்னை வித்தியாசமாக நடத்துவதால் நான் சில சமயம் மகிழ்ச்சியையும் பல சமயம் சங்கடத்தையும் உணர்ந்தேன். நான் என்னை நிரூபிக்க வேண்டிய நேரம் இது என்பதை உணர்ந்தேன், அவர்களில் நானும் ஒருவர் என்பதை அவர்களுக்கு உணர்த்த வேண்டும். எனவே, நான் எனது எல்லா முயற்சிகளையும் செய்தேன்.

பணியில் ஈடுபாடோடு இருந்தேன், "ஆணவ கொலைகள்" குறித்து ஒரு கட்டுரை எழுதத் தொடங்கினேன் என் தோழி அதித்தியின் மறைவில் இருந்து நான் உணர்ந்தவை மற்றும் மக்கள் உணர வேண்டும் என்று நான் நினைத்தவையும்.

எனது கட்டுரை வெளியிடப்பட்டது மற்றும் ஆண்டின் சிறந்த கட்டுரைகளில் ஒன்றாக சிறப்பு பரிசு வழங்கப்பட்டுள்ளது. விருதைத் தொடர்ந்து அடுத்த

கட்டத்திற்கு எனக்கு பதவி உயர்வு வழங்கப்பட்டது. நான் மிகுந்த மரியாதையுடன் நடத்தப்பட்டேன்.

ஒரு நாள் காலையில் என் எல்லா பயங்களையும் கடந்து என் வீட்டிற்க்கு சென்றேன். வீட்டு வாசலில் நெருங்கினேன், வெளிப்யெரிய தருனங்கள் என் கண் முன் வந்து சென்றன. அச்சமயம் தோட்டதில் வேலையில் இருந்த என் தாய் “மதி” என்று கூச்சல் இட்ட படி ஓடி வந்து என்னை அணைத்து அரவணைத்தார் என் தாய்.

என் தந்தை கண்கள் கலங்கிய நிலையில் என்னை உள்ளே வா மதி என்று அழைத்தார்.

என் பெற்றோர் மிகவும் மகிழ்ச்சியாகவும், பெருமையாகவும் இருந்தனர். நான் யாராலும் வித்தியாசமாக நடத்தப்படவில்லை. அதுவே என் வாழ்க்கையின் சிறந்த கட்டமாகும்.

என் எல்லா விருப்பங்களும் நிறைவேறியுள்ளன, நான் மிகவும் மகிழ்ச்சியாக இருந்தேன், என் முகத்தில் புன்னகையுடன் படுக்கையில் ஓய்வெடுக்கப் போகிறேன் நீண்ட நாட்களுக்கு பிறகு. என் வீட்டின் அறையில் ஒளி மீண்டும் ஒளிர்ந்தது, ஆனால் இந்த முறை அது என்னுடைய மங்கலான முகமாகத் தோன்றியது. என் உள்மனமே தான் எனக்கு ஒரு செய்தியை தெரிவிக்க விரும்பியது என்று நான் நம்புகிறேன்.

“நீ வெற்றிபெற யாரும் எதுவும் செய்யவில்லை என்று அது கூறியது, அதற்காக நீங்கள் கடுமையாக உழைத்ததால் மட்டுமே இது நடந்தது மற்றும் நீங்கள் முன்செல்ல தயாராக இருந்ததாலும் தான்!” என்றது. அன்று சூரியன் உதயம் ஆன தருணம், ஒளி வீசிய

படி கண்ணாடி முன் கையில் கத்தரியுடன் நின்ற என்னிடம் பேசியது என் உள்மனமே!

நடந்தது மாயை தான், ஆனால் நிகழ்த்தியது யார்? ஒரு நபரின் மிகப்பெரிய சக்தி ஒவ்வொரு தனிமனிதனுக்குள் உள்ளது. ஒருவர் அதை நம்பி அதை நோக்கி செயல்படும் போது தான் மாயை நிகழ்கிறது.

எல்லாவற்றிற்கும் மேலாக, திருநங்கைகள் ஆண் மற்றும் பெண் போலவே மற்றொரு பாலினம். அவர்களை வித்தியாசமாக பார்ப்பதை நிறுத்துவோம்.

"தாரகைத் திரு"

அவளுடைய குரல் ஒரு தேன்சிட்டு போல இனிமையாக இல்லை,அவளுடைய தேகம் மலரின் இதழ்களைப் போல மென்மையாக இல்லை. அவளது தோற்றம் சிறந்த அழகியலைக் கொண்டிருக்கும், அவளுடைய கண்கள் எப்போதும் உயர்ந்த உறுதியுடன் நிறைந்திருக்கும்.

அவளுடைய ஆசைகள் எப்போதும் அவளுடைய சுயமரியாதை. அவளுடைய இலக்கு எப்போதும் அவளுடைய அடையாளம்.

மக்கள் அவளை விரட்டியடித்தல் மற்றும் ஏளனம் செய்தல் என அவளை அடிக்கும்போதும், அவள் எப்போதும் அவளைக் கட்டிக்கொண்டிருந்தாள். அவள் மக்களால் வெட்கப்பட்டபோதும் கூட, தன்னம்பிக்கையுடன் தன்னை வடிவமைத்துக் கொண்டாள்.

அவள் எப்போதுமே அவளுடைய சொந்த ராணியாக இருந்தாள். மற்றவர்கள் அவளை என்ன

சொன்னாலும் பரவாயில்லை, அவளுக்கு நேர்ந்த சோதனைகளுக்கு அவள் ஒருபோதும் தலை குனிந்ததில்லை.

அவளுக்கு எதிராக எறிந்த கற்களுக்கு முன்பாக அவள் கல் போல நின்றாள், ஏனென்றால் அவள் கிரீடத்தை ஒருபோதும் நழுவ விடமாட்டாள். இந்த தீர்ப்பு நிறைந்த உலகில் அவள் தனது சொந்த உலகில் இருக்க போராடினாள். ஒரு பெண்ணாக இருக்க வேண்டும் என்ற கனவை ஒரு போதும் கைவிடாத அவள், மற்றவர்களிடமிருந்து வித்தியாசமாக தெரிகிறாள்.

இவ்வாறு இருந்து எம்மை சுயமாக இருக்க என்னை அவள் தூண்டுகிறாள். இந்த உலகில் உள்ள அனைவருமே மற்றவர்களின் கைதட்டலை கேட்க ஓடும்போது, அவள் அவளின் கைதட்டல்களால் தனக்காக அதைச் செய்து கொண்டாள்.

இவ்வாறு சுய உந்துதலாக இருக்க நம்மைத் தூண்டுகிறாள்.அவள் மிகவும் வலுவானவள், அற்புதமானவள், ஏன்?, அவள் “அவன்” என்பதிலிருந்து வந்த “அவள்” என்பதாலோ?

பூமியின் கருவில் அனைவரும் உயிரினங்கள், மனிதத்தை ஒருங்கிணைப்பதன் மூலம் அனைவரும் மனிதர்களாகிறார்கள்.

மாதரை போற்றும் மாணுடன் போல, மாதராக மாறிய மாணுடனையும் மதிப்போம். அவளும் அவளுடைய உணர்ச்சிகளும் வணங்கப்பட வேண்டும். நாம் அவளுக்கு கொடுக்கும் மரியாதையே அவர்களுக்குத் தேவையான மாற்றங்களைக் கொண்டு வரக்கூடும்.

மூன்றாம் பாலினத்தின் ஆற்றல் மூன்றாம் கண்ணின் ஆற்றலுக்கு சமமானது.

பறக்க முயன்ற பறவை கிளையில் மாட்டி கொண்டது போல, நம்மிடம் மாட்டிக்கொண்டால் இவள். இப்புவியின் கருவில் தோன்றிய அவளை புதைக்காமல், விதைப்போம் வேறூன்றி உயர்ந்து நிற்பாள்.

"தாரகைத் திரு" ஆக. மதிப்பளிப்போம் இவ்வகை அவள்களை.

இப்படிக்கு நன்மதி.

தனிபெரும் துணையே

நான் ரேணுகா, என் நண்பர்கள் என்னை இங்கே ரேணு என்று அழைக்கிறார்கள், எனது வாழ்க்கை கதையை உங்கள் அனைவருடனும் பகிர்ந்துக் கொள்ள இருக்கிறேன். இப்போது நான் ஒரு தொழில்முனைவோர், என்னை நம்புங்கள் நான் இப்போது ஒருவராக இருப்பதை நான் கற்பனை செய்து பார்த்ததில்லை. என்னைப் பொறுத்தவரை வாழ்க்கை எப்போதுமே ஒரு குறுக்கெழுத்து புதிர், இது துல்லியமற்றது, ஆனால் நான் எப்போதும் இதில் மகிழ்ச்சியை ஒரு பதிலாகக் கண்டுபிடிப்பேன்.

நான் ஒருபோதும் வெற்றிபெற விரும்பாத ஒரு நபர், ஏனென்றால் ஒரு வெற்றிகரமான நபராக இருபதற்க்கு சமூகத்தின் படி நாம் பல அளவுருக்களை நிறைவேற்ற வேண்டும். ஆனால் வாழ்க்கையில் என்னைப் பொறுத்தவரை எனக்கு எப்போதும் ஒரே ஒரு அளவுரு தான் இருக்கிறது. அது மகிழ்ச்சி! மகிழ்ச்சியாக இருப்பது எப்போதும் என் இறுதி விதி.

எனது பட்டப்படிப்பை முடித்த பின்னர் நான் எனது ஊரிலிருந்து வெளியேறி வேலை தேடி பெங்களூருக்குச் சென்றேன். எனது நண்பர்களுடன் சேர்ந்து பணம் செலுத்தும் விருந்தினராக நான் அங்கேயே தங்கியிருந்தேன்.

என் சக தோழிகள் வேலை பெற்று வேலை செய்யத் துவங்கினார்கள். அன்று ஒரு நேர்காணலில் கலந்து கொண்ட பிறகு நான் சற்று குறைவாகவும்,

சோர்வாகவும் உணர்ந்தேன். என் இடம் நான் பேசுவதற்கு ஒரு இடத்தை விரும்பினேன், என்னை மேம்படுத்த. அதனால் நான் ஒரு பூங்காவிற்கு சென்றேன். அங்கே ஒரு கல் இருக்கையில் அமர்ந்து இசை கேட்டு கொண்டிருந்தேன். பூங்காவில் ஒரு நபர் இனிப்பு பெட்டியுடன் ஓடுவதைக் கண்டேன், எல்லா குழந்தைகளும் அவருக்குப் பின்னால் இனிப்புகளைப் பெறுவதற்காக ஓடினார்கள்.

நான் மெதுவாக என் செவிபேசியை அகற்றி அந்த காட்சியைப் பார்த்தேன், அது முற்றிலும் ஆனந்தமானது. அவர் இறுதியாக மண்டியிட்டு, இனிப்பு பெட்டி காலியாக்கிய படி, அங்குள்ள குழந்தைகளுக்கு இனிப்புகளை விநியோகித்தார், குழந்தைகளின் முகங்கள் மகிழ்ச்சியுடன் முழுமையாக நிறைந்தது.

அவர்களின் மகிழ்ச்சியான முகத்தைப் பார்ப்பதன் மூலம் நான் நன்றாக உணர்ந்தேன். நிச்சயமாக நான் அந்த நபரின் பெயரை அறிய விரும்பினேன், நான் அவருடன் பேச முயற்சித்தேன், ஆனால் அவர் மறைந்து விட்டார், அங்கே அவரைக் கண்டுபிடிக்க முடியவில்லை.

அவர் வெளியேறியிருக்க வேண்டும் என்று நம்புகிறேன். சிறிது நேரம் கழித்து நான் என் அறைக்கு செல்லத் துவங்கினேன், பேருந்து பயணத்தில் எல்லா வழிகளிலும் குழந்தைகளின் மகிழ்ச்சியான முகங்கள், இனிப்புகள் நிறைந்த இனிப்பு பெட்டி, பூங்காவின் பச்சிலைகளும் என்னைச் சுற்றி மிதக்கும் குமிழ்கள் மற்றும் கவனம் செலுத்தும் மையம் போல இருந்த அவனையும் பற்றி நான் கனவு கண்டேன். நான் அதை

நினைத்துக் கொண்ட பொழுது, திடீர் என்று பிரேக் அடித்தது.

நான் கனவு நிலையில் இருந்து வெளியே வர அச்சமயம் என் தொலைபேசி ஒலித்துக் கொண்டிருந்தது. நான் தொலைபேசி அழைப்புக்கு பதிலளித்தேன், அன்று காலை நான் நேர்காணலில் கலந்து கொண்ட நிறுவனத்திடமிருந்து வந்தது.

நான் அவர்களின் நிறுவனத்தில் வேலைக்குத் தேர்ந்தெடுக்கப்பட்டேன் என்று அந்த முடிவில் இருந்து ஒரு நல்ல செய்தி வந்தது. நானே மேகக்கணி ஒன்பதில் செய்தியைக் கேட்டதும். இறுதியாக நானும் வேலையை பெற்றேன்! என் நண்பர்களும் குடும்பத்தினரும் மிகவும் மகிழ்ச்சியாக இருந்தார்கள்.

எனது புதிய தொடக்கத்தையும் புதிய வேலையையும் பற்றி நினைத்து முழு உற்சாகத்தில் இருந்தேன். பூங்காவில் நான் சந்தித்த ஆண் பற்றி நினைத்தபோது என் இதயம் மிகவும் வித்தியசமாக துடித்தது. அது ஏன் என்று எனக்குத் தெரியவில்லை. இது ஒரு வித்தியாசமான வழியில் உந்தப்படுகிறது.

அவர் எனக்கு என் அதிர்ஷ்ட வசீகரமாக இருக்கலாம், அதனால் எனக்கு வேலை கிடைத்தது என்றும் அவரை சந்தித்ததில்.

இந்த வித்தியசமாக எண்ணங்கள் மற்றும் உற்சாகத்துடன் எனக்கு இறுக்கமான தூக்கம் வந்தது. அடுத்த நாள் நான் மகிழ்ச்சியுடன் என் நாளைத் துவங்கினேன். முதல் நாள் வேலை மிகவும் நன்றாக இருந்தது, நான் எனது அணிக்கும் எனது அதிகாரிகளுக்கும் அறிமுகப்படுத்தப்பட்டேன். வேலை புதியது, எனது பதவிக்கு மற்றும் இன்னும் சில கூடுதல்

பொறுப்புகள், புதிய முகங்கள், புதிய உற்சாகம், புதிய வாழ்க்கை மற்றும் புதிய ஆரம்பம் நிறைந்தவை.

இந்த கலவையான உணர்ச்சிகளை எடுத்துக் கொண்டு என் நாள் முடிவுக்கு வந்தது. நான் பூங்காவைக் கடந்து வீட்டிற்குச் செல்லும் வழியில், அந்த நபரை மீண்டும் நினைவில் வைத்தேன், மீண்டும் என் இதயம் மிகவும் வித்தியாசமாக துடித்துக் கொண்டிருந்தது, எனக்குள் நான் கேள்வி எழுப்பினேன், "நான் இந்த நபரை நேசிக்கிறேனா?" இது முதல் பார்வையில் வந்த காதலோ? நான் உறுதியாக இருந்தேன் அடுத்த முறை அவரைப் பார்க்க இயன்றால் அவரைப் பற்றி நான் எப்படி உணர்கிறேன் என்று அவரிடம் சொல்ல வேண்டும் என்று முடிவு செய்தேன். நான் என் அறையை அடைந்து என் இரவு உணவை சாப்பிட்டு படுக்கைக்குச் சென்றேன். அடுத்த நாள் காலையில் நான் வேலைக்குச் சென்றேன். எனக்கு பணியிடத்தில் நல்ல நேரங்கள் இருந்தன, சில நேரங்கள் நான் பூங்காவைக் கடக்கும்போதெல்லாம் அந்த நபரை பற்றி நினைத்தேன்.

எனக்கு நேரம் கிடைத்த போதெல்லாம், அந்த நபரைக் கண்டுபிடிப்பதற்கான வழியைக் கண்டுபிடிக்க அந்த பூங்காவிற்குச் சென்றேன், ஆனால் அவரை ஒருபோதும் அங்கு கண்டுபிடிக்க முடியவில்லை. இப்படியே கிட்டத்தட்ட மூன்று மாதங்கள் ஆனது, என் நாட்கள் அனைத்தும் கடந்துவிட்டன, என்னால் அவரை எங்கும் கண்டுபிடிக்க முடியவில்லை, அவரும் யார் என்று எனக்குத் தெரியவில்லை. அவரைப் போன்ற எந்த சீரற்ற நபரை பார்ப்பதன் மூலம் அவர் அந்த நபராக இருப்பார் என்று நான் நினைத்துக் கொண்டிருந்தேன்.

முகமூடி அணிந்து பூங்காவைச் சுற்றி ஓடிய ஒருவரை நான் எப்படிக் கண்டுபிடிப்பேன்? அவர் யார் என்று தெரியாமல், இன்னும் என் இதயம் அவருக்காக ஒரு வித்தியசமான வழியில் துடிக்கிறது, அது எனக்கு ஏதோ ஒன்று சொல்வது போல் உணர்கிறேன்.

ஒரு நாள் கல் இருகையில் உட்கார்ந்து நான் என் நாட்குறிப்பில் முகமூடியுடன் இருந்த அந்த நபரை வரைந்து கொண்டிருந்தேன், அவர் அந்த முகமூடியுடன் என் அருகில் அமர்ந்திருப்பதைப் போல உணர்ந்தேன், முகமூடியை அகற்றி ஒரு முறை அவரது முகத்தை எனக்குக் காட்டும்படி அவரிடம் கேட்பதை போல் ஒரு பகல் கனவு கண்டு உணர்ந்தேன் இவை வெறும் கனவுகள் என்று, பிறகு பூங்காவை விட்டு வெளியேறினேன்.

நான் படுக்கைக்குச் செல்வதற்கு முன்பு இரவு உணவு என் நண்பர்களுடன் சாப்பிட்டுபிறகு என் அறைக்கு சென்றேன். என் நாட்குறிப்பை என்னால் கண்டுபிடிக்க முடியவில்லை, என் அறை முழுவதும் தேடினேன், பின்னர் நான் அதை பூங்கா கல் இருக்கயில் தவறவிட்டிருக்க வேண்டும் என்பதை உணர்ந்தேன். அடுத்த நாள் அதிகாலையில் நான் பூங்காவிற்கு விரைந்தேன், என் நாட்குறிப்பு திறக்கப்பட்டிருப்பதைக் காண முடிந்தது, நான் அதைப் எடுத்து என் அலுவலகத்திற்குத் செல்லதுவங்கினேன். அலுவலகம் சென்று அடைந்த பிறகு, நான் கூட்டத்தில் கலந்து கொள்ளவேண்டியிருந்தது.

அது மிகவும் பரபரப்பான நாளாக அமைந்தது, அதனால் நான் மிகவும் சோர்வாக இருந்தேன். நான் அலுவலகம் விட்டு வெளியேற ஏற்கனவே தாமதமாகிவிட்டது, நான்இரவு உணவிற்கு வரமாட்டேன்

என்று என் அறை தோழிகளுக்கு அறிவித்தேன். நான்அவர்களுடன் சேர காத்திருக்க வேண்டாம் என்று சொன்னேன். நாள் முழுவதும் எனது எல்லா வேலைகளையும் முடித்த பிறகு புறப்பட்டு என் பேருந்தைப் பெற்றேன்.

ஜன்னலுக்கு அருகிலுள்ள இருக்கையில் உட்கார்ந்து நான் எனது நாட்குறிப்பை வெளியே எடுத்து பக்கங்களை புரட்டினேன், நான் முகமூடி மனிதனை வரைந்தபக்கத்தில் இறங்கினேன், "முகமூடியின் பின்னால் உங்கள் முகத்தை எனக்குக் காண்பிப்பீர்களா? என்ற என் கேள்விக்கு அருகில், பேனாவில் எழுதப்பட்ட ஒரு எழுத்தை என்னால் காண முடிந்தது "நாளை மாலை 6 மணிக்கு நீங்கள் அதே இடத்திற்குவந்தால் உங்கள் கேள்விக்கு பதில் ஆம்," என்று எனது நாட்குறிப்பில் இந்த எழுத்தைப் பார்த்து நான் ஆச்சரியப்பட்டேன், நான் முற்றிலும் ஆச்சரியப்பட்டேன், ஜன்னலுக்கு வெளியே பூங்காவை நோக்கிப் பார்த்தேன், அது பூட்டப்பட்டிருப்பதைக் கண்டேன், யாரும் இல்லை.

எப்படியாவது அவரைக் கண்டுபிடிக்க முடியும் என்று எனக்கு ஒரு பெரிய நம்பிக்கைஅப்பொழுது உருவானது. அடுத்த நாள் காலை நான் பூங்காவிற்குச் சென்றேன், "மன்னிக்கவும்" என்று ஒரு குறிப்பை அங்கு விட்டுவர விரும்பினேன். நேற்று அவரைசந்திக்க முடியவில்லை. அங்கு கல் இருக்கயில் எதிரே உள்ள புதர்களுக்கு அருகில் ஒரு பரிசு பெட்டி மறைந்திருப்பதைக் கண்டேன். அதின் மேல் "இது விலை மதிப்பற்றரேணுகாவிற்க்கு" என்று இருந்தது, என்னுள் நிறைய கேள்விகள் எழும்பின. இந்த

நபர்ஏற்கனவே என்னை நன்கு அறிந்த ஒருவர் என்பதை அறிந்து ஆச்சரியப்பட்டேன்.

நான் பூங்காவைச் சுற்றிப் பார்த்தேன், இறுதியாக அந்த இடத்தில் கருனாவைக் கண்டேன். கருனா என் சகா, அவர் என்னை நன்கு அறிவார், அந்த முகமூடியின் பின்னால் நான் அவரை ஒருபோதும் எதிர்பார்க்க வில்லை. நான் கருனாவிடம் ஓடிச் சென்று அவரிடம் "ஒரு விஷயத்தைச் சொல்லுங்கள், இன்று காலை நான் இங்கு வருவேன் என்று உங்களுக்கு எப்படித் தெரியும்?"

கருணா "நான் உன்னை இங்கு அடிக்கடி பார்க்கிறேன், நேற்று காலை கூட நான் உன்னை இங்கே பார்த்தேன், மிக முக்கியமான ஒன்றை நான் உங்களுக்கு சொல்ல விரும்புகிறேன், எனவே இன்று காலை இங்கு வந்தேன் என்று பதிலளித்தார்.

“கருணா அது என்னவென்று சொல்லுங்கள்”, என்றேன்! கருணா அவரது காதலை முன்மொழிய வேண்டும் என்று நான் எதிர்பார்த்தேன், அவர் அதை ஒரு மோதிரத்துடன் முன்மொழிவு கேட்டார், நான் ஏற்கனவே முகமூடி மனிதரை காதலித்ததால், அவரே முகமூடியின் பின்னால் உள்ள நபர் என்று அவரது காதலை ஏற்றுக் கொண்டேன்.

அவரிடமிருந்து மோதிரத்தை ஏற்றுக் கொண்டேன். என் இதயத்தைக் கேட்டு நான் இந்தமுடிவை எடுத்தேன். இது ஒரு இனிமையான ஆச்சரியம் மற்றும் நான் ஆகாயத்தில் பறக்கும் நிலையில் இருந்தேன். பின்னர் மகிழ்ச்சியுடன் நாங்கள் வேலைக்கு சென்றோம், வேலையை முடித்த பிறகு நாங்கள் பல இடங்களுக்குச் சென்றோம், நாங்கள் ஒன்றாக செலவழித்த ஒரு சிறந்த நேரமாக மாறியது.

இந்த நேரத்தில் நான் பூங்காவைக் கடக்கும் போது என் இதயத் துடிப்புக்கு அப்பால் நான் மகிழ்ச்சியாக உணர்தேன், என் இதய துடிப்புகளை இசையுடன் ஒத்திசைக்கிறேன்.

நாட்கள் சென்றன, நாங்கள் நல்ல உறவில் இருக்கிறோம், அணைத்து விஷயங்களும் அருமையாக அமைக்கப்பட்டிருப்பதாக நான் உணர்கிறேன். இதை பற்றி எனது பெற்றோரிடம் திறக்க வேண்டும், ஆனால் எனது வேலையில் நான் பதவி உயர்வு பெறுகிறேன் என்ற நற்செய்தியுடன் அவர்களிடம் சொல்ல விரும்பினேன்.

இரண்டு செய்திகளையும் ஒன்றாக வெளிப்படுத்த விரும்புனேன், இதனால் நாங்கள் எல்லா மகிழ்ச்சியையும் ஒன்றாக அனுபவிக்கலாம் என்று நினைத்தேன். நாட்கள் செல்லச்செல்ல, எங்கள் உறவு முன்பு இருந்ததைப் போல இல்லை. கருணா என் மீது ஆர்வத்தை இழக்கிறார் என்று உணர்ந்தேன் ஏனெனில் சிறு சிறு மன சோர்வுகள், மன முறிவுகள் இருந்தது.

என் வாழ்க்கையில் அவர் என்னை ஆதரித்தார் ஆனால், நாங்கள் இருவரும் ஒரே அலுவகத்தில் செயல்படுவதால், எனது வேலை மதிப்பீடுகள் சில நேரங்களில் அவரது ஈகோவை காயப்படுத்துகின்றன.

எனவே நான் மிகவும் குழப்பமான நிலைக்குச் சென்றேன், இதைப் பற்றி நான் என்ன செய்ய வேண்டும் என்று எனக்குத் தெரியவில்லை. சில நாட்களில் ஒருவருக்கொருவர் எதுவும் பேசிக் கொள்ளவில்லை. நாளுக்கு நாள் என் வாழ்க்கை ஒரு பெரிய குழப்பமான வாழ்க்கை போல மாறியது. நான் என்ன முடிவு செய்தாலும் கருணா அதனை எதிர்த்து என்னுடன் வாக்குவாதம் செய்து கொண்டிருந்தார்.

இந்த கசப்பான உணர்ச்சிகள் மற்றும் நான் நானாக இல்லாததால், வெறுமையாக உணர்ந்தேன்! இப்படியே இன்னும் மூன்று மாதங்கள் தாண்டியது. குடும்பத்தினருடனான எனது அரட்டை நேரங்கள் குறைந்தன. நான் எனது நண்பர்களுடன் இருக்கும் நேரங்களை தவறவிட்டேன். வாழ்க்கையில் உற்சாகம் குறைந்தது. நான் மிகவும் குறைவாக உணர்ந்தேன், மீண்டும் பூங்காவிற்கு செல்ல நான் விரும்பவில்லை, ஏனென்றால் இவை அனைத்தும் அங்கு தான் தொடங்கின என்று.

மற்ற நாட்களைப் போல என் மேலாளர் ஒரு திங்கள் காலையில் என்னை அழைத்தார். நான் அங்கு அவரது அறைக்குச் சென்றேன், அவர் எனக்கு ஒரு கடிதம் கொடுத்து, உங்கள் பதவி உயர்வுக்கு வாழ்த்துக்கள் என்று கூறினார். அவர் எனக்கு மிகவும் வெற்றிகரமான வாழ்க்கைக்கு வாழ்த்தினார், அவர் என்னை என் சொந்த ஊருக்கு வேலைமற்றம் செய்தார். பதவி உயர்வுடன் பணிபுரிய சொந்த ஊருக்கு திரும்பி வருவது எவ்வளவு மகிழ்ச்சியான தருணம். எனது மேலாளருக்கு எனது நன்றியைக் காட்டி, அவரது அறையை விட்டு வெளியேறி, எனது பதவி உயர்வு மற்றும் இடமாற்றம் குறித்து அவருக்குத் தெரிவிக்க கருணாவிடம் சென்றேன்.

அங்கே நான் கருணாவின் பணியிடத்தில் வேறு ஒருவர் இருப்பதைக் கண்டேன், அவருடைய நண்பரிடம் கருணாவைப் பற்றி கேட்டேன். கருணா தனது வேலையிலிருந்து நீக்கப்பட்டதாக அவர்கள் என்னிடம் சொன்னார்கள். அவரை ஆறுதல் படுத்தவும், எனதுஇடமாற்றம் மற்றும் ஊக்குவிப்பு செய்திகளை தெரிவிக்கவும் நான் கருணாவின் வீட்டிற்கு விரைந்தேன்.

கருணா வீட்டிற்கு செல்லும் முன் நான் ஒரு முறை பூங்காவிற்கு சென்றேன். இன்று கருணாவை சந்திக்க அது என் கடினமான நாளாக இருக்கும் என்று உணர்ந்தேன், அதனால் என்னை பலப்படுத்திக் கொள்ள விரும்பினேன். எனக்கு சிறிது நேரம் தேவைபட்டது, நான் நீண்ட காலம் கழித்து பூங்காவிற்குள் நுழைந்தேன். நான் அதே கல் இருக்கையில் உட்கார்ந்து எனக்கு நானே கேள்வி எழுப்பினேன்!

என் இதயம் ஏன் மிகவும் வித்தியாசமாக துடித்தது? அது என்னிடம் சொல்ல முயற்சித்ததா? நான் தேர்வு செய்ய வேண்டியவர் அவர் அல்லவா? முகமூடி அணிந்த நபரைப் பார்க்கும் வரை மட்டுமே மகிழ்ச்சியான நாட்கள் இருந்தன. முகமூடியின் பின்னால் இந்த அளவுக்கு சோகம் எனக்காகக் காத்திருக்கும் என்று எனக்கு தெரியவில்லை. என்ன ஒரு விசித்திரமான வாழ்க்கை!

நான் என் இதயம் சொன்னதை கேட்டிருக்கக் கூடாது என்று நினைத்தேன். இப்போது என்ன செய்வது. அது சரி, கடந்த காலம் கடந்துவிட்டது, நான் என் சுயத்தை பலப்படுத்த வேண்டும், என்று நான் எனக்கு அறிவுறுத்தினேன். நான் ஒரு ஆழமான சுவாசத்தை நிதானமாக எடுத்துக்கொண்டு அவரது வீட்டிற்கு செல்ல துவங்கினேன்.

வீடு முழுவதும் களைந்து கலவரமாக இருப்பதை நான் கண்டேன், அந்த காட்சியைப் பார்த்ததன் மூலம் செய்தி அவரை அடைந்துள்ளது என்பதை அறிந்து கொண்டேன். நான் அவருக்கு அருகில் சென்று கைகளைப் பிடித்துக் கொண்டேன், அவர் "ரேணு நம்காதலை முறித்து கொள்வோம் அல்லது நான் உங்களுடன் இருக்க விரும்பினால்,

உங்கள் வேலையை ராஜினாமா செய்யுங்கள்" என்றார். "நம் உறவைத் தொடர வேண்டும் என்றால் உங்கள் வேலையே விட்டுவிடுங்கள்" என்றார்.

நான் கண்ணீருடன் விழுந்தேன், நான் அவரது கைகளை இறுக்கமாகப் பிடித்துக் கொண்டேன், மன்னிக்கவும் கருணா!

இது இனி நடக்காது, நான் என் இடத்திற்கு புறப்பட வேண்டும். நீ கொடுத்த அழகான நினைவுகளுக்கு நன்றி! நான் செல்கிறேன் என்று கூறிவிட்டு. மோதிரத்தை அவரது மேஜையில் விட்டுவிட்டு அவரது அறையை விட்டு வெளியேறினேன். அந்த நேரத்தில் நான் உண்மையில் கருணா வந்து என்னைத் தடுத்து நிறுத்துவார் என்று எதிர்பார்த்தேன். ஆனால் அவர் ஒருபோதும் என்னிடம் திரும்பவில்லை.

நான் மீண்டும் பூங்காவுக்குச் சென்றேன், கல் இருக்கையில் அமர்ந்து அழுதேன். பெற்றோரை தவறிய ஒரு சிறு பிள்ளையை போல கதறி அழுதேன். பின்பு என்னை சரிசெய்து நான் அறை திரும்பினேன்.

எனது பதவி உயர்வு பற்றி எனது நண்பர்களிடம் சொன்னேன், எனது காதல் முறிவு பற்றியும் இடமாற்றம் பற்றியும் கூறினேன். எனது முடிவுக்கு அவர்கள் மகிழ்ச்சியடைந்தார்கள், மகிழ்ச்சியாக இருக்கவும் முன்னேறவும் என்று எனக்கு அறிவுறுத்தினார்கள்.

ஒரு வாரத்திற்குப் பிறகு நான் எனது சொந்த ஊரான சென்னைக்கு திரும்பினேன். நான் நிதானமாக உணர்ந்தேன். நான் நீண்ட காலத்திற்குப் பிறகு நானாக இருக்கிறேன். வீட்டிற்கு சென்று நான் எனது எல்லாவற்றையும் திறந்து, அடுத்த நாள் வேலைக்கு என் சாதனங்களை தயார் செய்தேன். அந்த நேரத்தில்

பூங்காவிலிருந்து திறக்கப்படாத பரிசுபெட்டி கருணாவைப் பற்றி எனக்கு நினைவூட்டியது. பின்னர் அதை என் பார்வையில் இருந்து விலக்கி வைக்க முயற்சித்தேன், அதனால் நான் நன்றாக இருப்பேன் என்றுவிருப்பினேன். எல்லாம் ஒரு காரணத்திற்காக நடந்தது என்று நான் சொல்லிக் கொண்டே இருந்தேன். நான் முன்னேற வேண்டும் என்று நினைத்தேன், ஆனால் இரவு முழுவதும் நான் முகமூடி அணிந்த மனிதனை இனிப்பு பெட்டியுடன் நினைவில் வைத்தேன்.

அடுத்த நாள் நான் குறைவான உற்சாகத்துடன் என் வேலையைத் துவங்கினேன். ஆனால்மற்ற எல்லாவற்றிற்கும் நான் மகிழ்ச்சியாக இருக்கிறேன். புதிய நபர்கள், புதிய சூழல், புதிய குறிக்கோள்கள், அதிக வேலை மற்றும் கையாள வேண்டிய பொறுப்புகள் ஆகியவற்றைப் பார்ப்பது அமைதியாக இருந்தது. இப்போது விஷயங்கள் வேறுபட்டவை என்று நானே நினைத்த இவற்றைக் கையாள அவை என் செயலில் இருக்க வேண்டும் என்று நினைத்தேன். கிட்டத்தட்ட இரண்டு வாரங்களுக்கு பிறகு எனது சாதாரண நாட்களுக்கு திரும்பி வருகிறேன்.

சில நேரங்களில் சில நாட்கள் கருணாவைப் பற்றியும், நான் அவரை முகமூடி நபராகத் தேடும் எங்கள் நாட்களைப் பற்றியும் நினைப்பேன். எனது நண்பரின் நிகழ்ச்சியில் கலந்து கொண்டு வந்த ஒரு நல்ல மாலை அது. அந்த குழந்தைகளுடன் நான் அவரைச் சந்தித்த அந்த நாள் எனது ரயில் பயணத்தின் போது என் நினைவுகளுக்கு மேல் ஓடிக்கொண்டிருந்தது.

கடினமான காற்று என் தலை முடியைத் தொந்தரவு செய்தது, அச்சமயம் மெல் இசையை என்

இதயத்திற்குள் நுழைய அனுமதிதேன். நான் கதவின் அருகே நிற்க வேண்டும் என்று நினைத்தேன். நான் ரயில்பெட்டியின் வாசலுக்கு அருகில் நின்று கொண்டிருந்தேன். அடுத்த பெட்டியில் நான்நின்று கொண்டிருந்த ஒருவரை பார்த்தேன், வாசலுக்கு அருகில் நான் எப்படி நின்று கொண்டிருந்தேனோ அதே போல. அவன் திடீரென்று திரும்பி என்னைப் பார்த்தான்.

இது எனக்கு மிகவும் பழக்கமான முகம் என்று நான் சிந்திக்க, ஆம் அது என் சிறந்த நண்பர் மாறன். என் முகத்தில் ஒரு படர்ந்த புன்னகையுடன் நான் கத்தினேன் அந்த முடிவில் இருந்து மாறன் "ஏய், ரேணு நான் நன்றாக இருக்கிறேன் உங்களுக்கு எப்படி? அங்கே காத்திருங்கள், அடுத்த நிலையம் உங்கள் பெட்டிக்கு வருகிறேன்" என்றான்.

மாறனை சந்தித்தபின் நான் சற்று உற்சாகமாக இருந்தேன். அடுத்த நிலையத்திற்காக நான் உண்மையில் எதிர்பார்த்துக் கொண்டிருந்தேன். ஏனென்றால் பேசுவதற்க்கு எங்களிடம் பல கதைகள் மற்றும் கிசுகிசுகள் உள்ளன என்று நான் நம்பினேன்.

ரயில் மெதுவாக நின்றதும் மாறன் தனது பெட்டியிலிருந்து இறங்கி என் பெட்டியில் நுழைந்தான், நாங்கள் இருவரும் ஒருவருக்கொருவர் வாழ்த்தினோம்.

ரேணு பல நாட்களுக்குப் பிறகு உங்களை மீண்டும் பார்ப்பதில் நான் மிகவும் மகிழ்ச்சியடைகிறேன்", மாறன் கூறினார். பின்னர் நான் பதிலளித்தேன், "ஆம் மாறன் உண்மையில் பல ஆண்டுகளுக்கு பிறகு இறுதியாக நாம் ஒருவரை ஒருவர் சந்தித்தோம். எனவே நீங்கள் இப்போது என்ன செய்கிறீர்கள்?" என்றேன்.

“ஆமாம் ரேணு இது நீண்ட காலம் போல தான் இருந்தது. நான் இங்கே என் சொந்த உணவகம் நடத்தி கொண்டிருக்கிறேன், மேலும் சில கிளைகளைத் திறக்க வேண்டும் என்பது என் எதிர்காலத் திட்டங்கள்” என்று மாறன் பதிலளித்தார்.

“நீங்கள் எப்படி ரேணு?” மாறன் என்னிடம் கேள்வி எழுப்பினான்.

நான் யோசித்த படி பதிலளித்தேன், "நான் ஒரு எம்.என்.சி நிறுவனத்தில் வேலை செய்கிறேன், நான் சமீபத்தில் சென்னை கிளைக்கு மாற்றப்பட்டு சேர்ந்துள்ளேன், எனது கனவுகளை அடைவதற்கு நான் கடுமையாக அழுத்தம் கொடுக்கிறேன்” என்றேன்.

சிறப்பு! பின்னர் உங்கள் திருமணம் மற்றும் உறவு பற்றி என்ன ஆகிற்று? என்றார்.

“ஆ, ஆமாம் மாறன் காதல் உறவில் எனக்கு ஒரு முறிவு ஏற்பட்டது, நான் இப்போது அந்த பாதிப்பில் இருந்து வெளியேறியுள்ளேன், எனவே திருமணத்திற்கு இன்னும் சிறிது காலம் எடுக்கும்”, நான் உன்னை உண்மையில் அந்த தருணத்தில் தேடினேன் மற்றும் தவறவிட்டது போல உணர்ந்தேன்.

நான் வலியில் இருந்த போது உன்னை அழைக்க விரும்பினேன், இதைச் சொல்லி அழவேண்டும், ஆறுதல் பேற வேண்டும் என்று. ஆனால் உங்கள் தொடர்பை என்னால் கண்டுபிடிக்க முடியவில்லை என்றேன். ஆமாம் ரேணு நான் கூட உன்னை மோசமாக தவறவிட்டேன், பெங்களூரில் உன்னைப் பார்த்த பிறகு நான் உன்னை காதலித்தேன், பிறகு நீ ஒருவருடன் இருந்தாய் உன்னை தொந்தரவு செய்ய விரும்பவில்லை. உன்னை விட்டு விலகிச்சென்றேன்." என்று மாறன் கூறினார்.

“ஒரு நிமிடம் மாறன் காத்திருங்கள், நீங்கள் என்னை எங்கே பார்த்தீர்கள், நீங்கள் என்னைப் பார்த்து கூட என்னிடம் பேசவில்லை! இது மிகவும் மோசமானது, இதை உங்களிடமிருந்து எதிர்பார்க்கவில்லை", என்றபடி நான் பெருமூச்சு விட்டேன்.

அன்று மாலை 6 மணிக்கு பூங்காவில் என்னை சந்திக்க மறுப்பீர்கள் என்று நான் கூட எதிர்பார்க்கவில்லை! என்று மாறன் கூறினார்.

“என்ன?” நான் அதிர்ச்சியுடன் கூச்சலிட்டேன்.

“ஆம் உங்கள் நாட்குறிப்பைப் பார்க்கவில்லையா? நீங்கள் என் பரிசைப் பெறவில்லையா?” என்ற கேள்வியுடன் அவர்.

நான் அவரிடம் "மாறன், எனவே நீங்கள் என்னை பொகேன்வில்லா பூங்கா பெங்களூரில் சந்தித்தீர்களா? அங்குள்ள குழந்தைகளுக்கு முகமூடியுடன் இனிப்புகளை விநியோகித்தவர் நீங்கள்தானா?”

மாறன் இப்போது தயவு செய்து அந்த முகமூடியின் பின்னால் இருந்தவர் நீங்கள் தான்என்று சொல்லாதீர்கள்! என்றேன்.

ஆனால் ரேணு, இது உண்மை. அது நான் தான் என்று மாறன் பதிலளித்தார்.

"ரேணு உனக்கு வாழ்க்கை எப்போதும் சிலிர்ப்பாக இருக்க வேண்டும் என்று எனக்குத் தெரியும், அதனால் நான் உங்களை ஆச்சரியப்படுத்த விரும்பினேன். நான் அதைச்செய்தேன். ஆனால் நான் அதில் பெருமளவில் தோல்வியடைந்தேன். ரேணு நீங்கள் என்பரிசைப் பெறுவீர்கள் என்று நினைத்தேன்!

உங்களுக்கு கிடைத்திருந்தால், அது நான்தான் என்பதை நீங்கள் புரிந்துக் கொண்டிருக்கலாம்".

இல்லை மாறன், பிறகு ஏன் கருணா அங்கு இருந்தார்?

"தெரியாது ரேணு", மாறன் கூறினார். நான் ஒரு முட்டாள் போல் சிரித்தேன், நாளை மாலை சந்திப்போம் என்று மாறனிடம் சொன்னேன்.

ஆம் ரேணு நிச்சயமாக என்று மாறன் கூறினார். மாறன் தனது முகவரி அட்டையை என்னிடம் கொடுத்தார், அவருடைய நிலையம் நெருங்கி வருவதால் விடைபெற்று சொன்றார். நாளை உங்களைச் சந்திக்கலாம் என்று சொல்லி புறப்பட்டோம். எனது பயணம் தொடர்ந்தது, நான் வீட்டிற்கு வந்தேன்.

நான் என் வீட்டிற்குள் ஓடி, அந்த பிரிக்க படாத பரிசை எடுத்துக்கொண்டேன். அதை அங்கேயே அவிழ்த்துவிட்டேன், அன்று அவர் அணிந்திருந்த முகமூடியையும், எங்கள் குழந்தை பருவ புகைப்படத்தையும், பூங்கா கல் இருக்கையில் என்னுடைய பென்சில் ஓவியத்தையும் கண்டேன். செய்தி குறிப்புடன் ஒரு செய்தி குடுவை அதில் இருந்தது.

"முகமூடியின் பின்னால் இருப்பவர் உங்கள் மாறன், நீங்கள் என்னை உங்கள் தனிபெரும் துணையாக ஏற்று கொள்வீர்களா?" என்று குறிப்பைப் படித்த படி, முகமூடியைப் பிடித்துக் கொண்டேன், என் இதயம் மீண்டும் ஒருமுறை மிகவும் வித்தியாசமாக துடித்ததை உணர்கிறேன். இந்த முறை அது என் வாழ்க்கையில் மிகவும் முட்டாள்தனமாக இருந்தேன் என்று என்னைத் திட்டுகிறது.

அடுத்த நாள் மாலை நான் மாறனின் உணவகத்திற்க்கு சென்றேன். நான் உள்ளே

அடிவைத்ததும் விளக்குகள் அனைத்தும் அனைந்தது. ஒரே ஒரு ஒளிவட்டம் போல என் மேல் விழுந்தது. ஒரு புரம் இசை இசைக்கத் தொடங்கியது. மெதுவாக நான் ஒரு அடிவைத்தேன். நான் மெல்ல என்னை நகர்த்தினேன். எனக்கு எதிரே இன்னும் ஒரு ஒளிவட்டம் தோன்றியது!

மாறன் அங்கே நின்று கொண்டிருந்தான். நான் மாறனிடம் விரைந்து வந்து "மாறன், தயவுசெய்து இதை என்னிடம் செய்ய வேண்டாம். இந்த ஏற்பாடுகளை நீங்கள் செய்ததை ஏன் என்று என்னால் புரிந்துக் கொள்ள முடிகிறது".

மாறன் அதிர்ச்சியில் இருந்தார், வாசித்த இசை நிறுத்தப்பட்டது.

நான் மெதுவாக என் பையிலிருந்து முகமூடியை எடுத்தேன்! நான் அவரை முகமூடியை அணியச் செய்தேன். நான் அவரிடம் மண்டியிட்டு, "மாறன் என் தனிபெரும் துனையாக இருப்பாயா?" என்று கேட்டேன்!

மாறன் மண்டியிட்டு, "எப்போதும், உங்களுக்கு என் ரேணுவுக்கு இல்லை என்பதே கிடையாது! இந்த நேரத்தில் முகமூடியின் பின்னால் காத்திருப்பது மகிழ்ச்சி மட்டுமே!" என்று மாறன் கூறினார். நாங்கள் ஒருவரை ஒருவர் அனைத்தபடி இசை தொடங்கியது... பின்னர் நாங்கள் இருவரும் திருமணம் செய்துகொண்டோம். என் வாழ்க்கையில் மாறன் என்னை ஆதரித்தார். அவர் என்னை ஒரு தொழில் முனைவோராக மாற தூண்டினார். இறுதியாக

"கே.ரேணுகா மாறன் - தலைமை நிர்வாக அதிகாரி" ஆனேன்.

என் வாழ்க்கை மாறியது. அவர் முகமூடியின் பின்னால் இருக்கும் ஒரு நபர் இல்லை. என் வாழ்க்கை, கனவு, என் மகிழ்ச்சி மற்றும் எல்லாவற்றிற்கும் பின்னால் இருப்பவர். நம் இதயம் எப்போதுமே நமக்கு சமிக்ஞைகளைத் தருகிறது. ஆனால் சில நேரங்களில் நாம் சமிக்ஞைகளை தவறாகப் புரிந்து கொண்டு வெவ்வேறு திசையில் செல்கிறோம். ஆனால் நம் இலக்கு நம்மை வந்து சேரும். பயணம் கடினமாக இருந்தாலும் இலக்கு எப்போதும் மகிழ்ச்சியான ஒன்றாகும்.

நான் இந்த குறுக்கெழுத்து புதிரை மகிழ்ச்சி என்ற பதிலுடன் தீர்க்க முடிந்தது. எல்லோரும் அதைச் செய்வார்கள் என்று நம்புங்கள்.

www.ingramcontent.com/pod-product-compliance
Lightning Source LLC
LaVergne TN
LVHW060306051026
849517LV00003B/997